अजब डोंगर

आणि इतर कथा

राजीव तांबे

हे पुस्तक **माझं** आहे.

-.-

-.-

मेहता पब्लिशिंग हाऊस

AJAB DONGAR ANI ITAR KATHA by RAJIV TAMBE

अजब डोंगर आणि इतर कथा / बालसाहित्य

राजीव तांबे
E-mail : rajcopper@gmail.com

प्रकाशक : सुनील अनिल मेहता
मेहता पब्लिशिंग हाऊस,
१९४१, सदाशिव पेठ, माडीवाले कॉलनी, पुणे ३०.
☎ ०२०-२४४७६९२४
E-mail : production@mehtapublishinghouse.com
Website : www.mehtapublishinghouse.com

प्रथमावृत्ती : नोव्हेंबर, २०२१

मुखपृष्ठ व आतील चित्रे :
साहिल उपळेकर

P Book ISBN 9789391151867

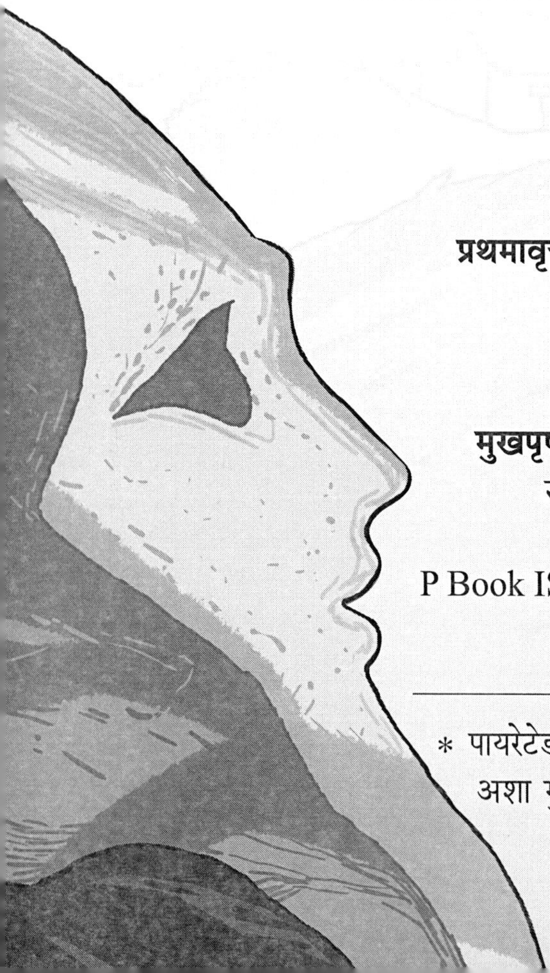

फार फार वर्षांपूर्वीची गोष्ट आहे ही.
एका गावाच्या बाजूला...

..एक मोठा डोंगर होता.

या डोंगरावर
फळबागा होत्या.
सुंदर सुवासिक
फुलबागा होत्या.

मुलांसाठी खेळायला
ऐसपैस बागा होत्या.
बागेत थुईथुई उडणारी
कारंजी होती.

या बागेतून त्या बागेत जायला
लाल नागमोडी रस्ते होते.
डोंगराच्या वरच्या बाजूला
घनदाट जंगल होतं.

या डोंगरावर
झुळझुळणारे झरे होते.
तुडुंब भरलेल्या
विहिरी होत्या.

एक छोटंसं पण
काठोकाठ भरलेलं
तळं होतं.
पावसाळ्यातच कोसळणारा
पांढराशुभ्र धबधबा होता.

सगळ्या गावाचं
या डोंगरावर फार
प्रेम होतं.
गावात आलेले
पाहुणे मुद्दामहून
डोंगर पाहायला
जायचे.

पाहुणे डोंगरावरच्या
जंगलात फिरायचे.
रानमेवा खायचे.
विहिरीत पोहायचे.
फळबागेत फळं खाऊन
झाडांखाली निवांत झोपायचे.
डोंगर उतरताना सोबत फळं,
फुलं घेऊन यायचे.

मुलं बागेत खेळायची.
कारंज्यात भिजायची.
मजा करायची.

सगळे म्हणत हा तर
अजबच डोंगर आहे!
पण हा डोंगर मात्र
मनातून नाराजच होता.
फार बेचैन होता.

डोंगराला वाटे :

छोटी छोटी झाडं मोठी झाली की त्यांचं जंगल होतं.

त्यांच्या फळबागा होतात.

लहान लहान झरे मोठे झाले.. एकत्र आले की त्यांची नदी होते.

पाणी उंच उडू लागलं तर..
त्याचं कारंजं होतं.
पायवाट मोठी झाली की..
तिचा मोठा रस्ता होतो.

पण..

आपण कधीच मोठे होत नाही.
आपली कधीच वाढ होत नाही.

आपण सगळ्यांना मदत करायची.
सगळ्यांना ऊर्जा पुरवायची.
सगळ्यासगळ्यांना आनंदी करायचं.
पण तरीही..

आपली होते झीज आणि फक्त झीजच!
मी अशाने हळू हळू खचून जाईन.
माझी कुणालाच काळजी नाही,
हे असं का?

तो अजब डोंगर आपल्याच
विचारात गढून गेला.

डोंगरावरच्या झाडांना..
डोंगरावरच्या झऱ्यांना..
डोंगरावरच्या रस्त्यांना..
डोंगराच्या मनातलं कळलं.

डोंगरावरची झाडं हसली.
झाडं सळसळत म्हणाली,
'अरे डोंगरा, असं काय करतोस?
तुझ्यामुळे तर आम्ही आहोत.

आम्ही आमच्या मुळांनी
तुला असं घट्ट धरून ठेवलंय की..
तुझी होणारच नाही झीज!
आणि हे डोंगरा..
आम्हाला आहे रे तुझी काळजी.

कडक उन्हाळ्यात
जेव्हा ऊन तापू लागतं,
तेव्हा आम्ही आमची
सारी पानं तुझ्यावर अंथरतो.

तेव्हा आम्ही मात्र निष्पर्ण
होऊन उन्हात तापत राहतो..
अतिशय आनंदानं!
तुझ्या पोटातलं थोडंसं
पाणी पितो आम्ही..
पण तशीच सावलीही
देतो तुला.'
हे ऐकून डोंगराचं मन
भरून आलं.

डोंगरावरचा झरा खळाळत डोंगराला म्हणाला,
‘अरे डोंगरा,तुझ्या अंगाखांद्यावरून
आम्ही वाहतो, बागडतो.
आम्हाला आहेच की तुझी काळजी.
अरे डोंगरा, आम्ही म्हणजे,
तू पाणी पिऊन तृप्त झाल्यावर
टाकलेल्या चुळा.

भर उन्हाळ्यात तुला गारवा वाटावा..
म्हणून तर त्या वेळी आम्ही
तुझ्या पोटात असतो.

पावसाळ्यात तुझ्यावरचा
सगळा कचरा, गाळ वाहून नेतो.
आम्ही तुला चांगलं स्वच्छं करतो.
आम्ही तुझ्यावरच्या विहिरी भरून ठेवतो.
तळी काठोकाठ भरून ठेवतो,
पुढच्या उन्हाळ्यासाठी.'
हे ऐकून डोंगराचे
डोळे पाणावले.

डोंगरावरचा रस्ता उधळला.
डोंगराला बिलगत रस्ता म्हणाला,
‘अरे डोंगरा, असं काय करतोस?
अरे, आम्ही तुझ्यावरच चालतो.
तुझ्यातूनच वळतो. त्यातूनच वाट काढतो
आणि वाटसरूंना वाट दाखवतो.’

डोंगरावर येणारे सारे जण,
फळं खाऊन, पाणी पिऊन समाधानी होतात.
फुलांचा वास घेऊन ताजेतवाने होतात..
तेव्हा..
ते सारे तुझंच कौतुक करतात ना?
तुलाच आशीर्वाद देतात ना?
अरे आम्हीच काय..
पण हा सगळा गावसुद्धा तुझ्यावरच प्रेम करतो ना रे डोंगरा?'
हे ऐकून डोंगराला
थोडासाच आनंद झाला!

भल्यामोठ्या डोंगराचा इवलासा आनंद
डोंगरावरच्या झाडांना..
डोंगरावरच्या झऱ्यांना..
डोंगरावरच्या रस्त्यांना समजला.
कसं कुणास ठाऊक.. पण
गावातल्या मुलांना पण कळला!
मुलं नाचत नाचत डोंगरावर गेली.
बागेत खेळली. मातीत लोळली.
विहिरीत पोहली.

आणि मग फुलबागेतली फुलं घेऊन..
मुलांनी तो अख्खा डोंगर फुलांनी सजवला.
हे पाहायला सारा गाव जमा झाला.
तेव्हाच डोंगराला मनापासून.. अगदी मनातल्या मातीपासून
खूप खूप आनंद झाला! सगळे म्हणाले.
अजबच आहे हा फूल डोंगर!

उन्हीची घसरती

एक होतं घनदाट जंगल.
इतकं घनदाट की.. जमिनीवरून
कुठेही वरती पाहिलं तर दिसायचं
गर्द हिरवं आकाश.
पानं सळसळली की उन्हाचे
कवडसे जंगलात लपंडाव खेळत.
दुपारी पाना-फुलातून गाळून येणारं
जरासं ऊन जमिनीवर पडे.

या जंगलात एक भलामोठा हत्ती राहत होता.
हा जाडजूड हत्ती मोठा मस्तवाल होता.

लहान लहान प्राणी-पक्ष्यांना तो मुद्दामहून घाबरवायचा. त्यांना फार त्रास द्यायचा. हत्ती दाणदाण धावायचा.

सोंड उगारून ओरडायचा. पाणी प्यायला गेल्यावर धपकन पाण्यात बसायचा. कुणाला त्रास झाला की वर सोंड करून हसायचा.

हत्तीला वाटे, आपणच शूर मोठे. आपल्यालाच भितात सारे छोटे. या मस्तवाल हत्तीने एकदा गंमत म्हणून, एका झाडाला उगाचच जोरात धडक दिली.

झाड मुळातून सैल झालं. वेडंवाकडं डोलू लागलं. हत्तीला वाटलं होतं झाड पडेल. पण झाड काही पडलंच नाही. झाड तर डोलतंय. त्या झाडाच्या फांद्या आणि आजूबाजूच्या झाडांच्या फांद्या, एकमेकांत अगदी घट्ट गुरफटलेल्या होत्या.

जणू काही इतर झाडांनी त्या झाडाला
अलगद वरती उचलून घेतलं होतं.
त्यामुळेच तर ते झाड
आपल्या झाडमित्रांच्या खांद्यावर
हात ठेवून मस्तपैकी
पाय हलवत होतं.

झाडाला बसलेल्या त्या जबरदस्त धक्क्यानं,
त्या झाडावरचं एका चिमणीचं घरटं विस्कटलं.
झाडानं झुलता झुलता घरटं सावरलं म्हणून बरं झालं.
नाहीतर ती घरट्यातली इवलीशी पिल्लं खालीच पडली असती.
हत्तीनं झाडाला धडक मारली तेव्हा क्षणभर चिमणीला कळलंच नाही,
काय झालंय ते! पण झाडाला पिल्लांची काळजी होती.
त्या वेळी पट्कन झाडाच्या फांद्या जवळ जवळ आल्या
आणि पडणारं घरटं वरच राहिलं.

पिल्लं आनंदानं चिवचिवली. चिमणीनं प्रेमानं झाडावर चोच घासली. आपल्या मऊ मऊ पंखानं झाडाला थोपटत चिमणी म्हणली, 'थँक्यू मित्रा.' झाड आनंदानं शहारलं!

चिमणीला त्या हत्तीचा प्रचंड राग आला. तिनं पिसं फुलवून रागानं त्याच्याकडे पाहिलं. चिमणी हत्तीच्या समोरच्या झाडावर जाऊन उभी राहिली. तिनं शांतपणे हत्तीला विचारलं, 'अरे हत्तीदादा, का रे माझं घरटं मोडलंस? का दिलीस या झाडाला धडक? तुझा खेळ होतो;
पण माझ्या पिल्लांचा जीव जातो. सांग ना.. का असं केलंस?'

हत्ती आनंदानं, 'चिं चिं चँ चँ,
चिं चिं चँ चँ' ओरडला.
दणादणा नाचला.
'खॅखाँ चचाँ खॅखाँ चचाँ'
करत हसला.

हत्ती वर सोंड करून म्हणाला, 'हे बघ चिमणे नीट ऐक. घरट्यात राहणारे पक्षी मला अजिबात आवडत नाहीत. मला वाटतं, माझ्यासारख्या फक्त बलवान प्राण्यांनीच या जंगलात राहावं. तुझ्यासारख्या किडूकमिडूक प्राण्यांनी इथून सरळ निघून जावं.

तुमचा हा एवढासा जीव, मला येते तुमची कीव!
आता निघून जा, नाहीतर हाकलून देईन.
आता पाहाच मी काय करतो ते..
घाबरलेली चिमणी पाहताच हत्तीला
आणखीनच आनंद झाला.

सोंड हलवत व मान फिरवत हत्ती 'खॅखाँ चचाँ खॅखाँ चचाँ' हसला. हत्ती हसतहसतच लांब गेला.

झाडावर पुन्हा एकदा दणदणीत धडक मारण्यासाठी तो तयार झाला.

हत्तीनं सोंड उगारली. कान फडफडवले. शेपटी उडवली.
पहिला आणि तिसरा पाय उचलून त्याने धावण्यासाठी स्टार्ट घेतला.
त्याच झाडावर जाऊन धडकण्यासाठी हत्ती धावतच निघाला.

पण.. धावताना हत्तीच्या पायात एक
मोठा काटा गेला.

आता हत्तीला एक पाऊलही पुढे टाकता येईना.
हत्तीनं 'चिं चिंचिं चिं' ओरडत जमिनीवर
धपकन बसकण मारली.

हत्तीला पायातला काटा काढता येईना.
उठून उभे राहता येईना. काय करावे ते समजेना.

पाय चांगलाच ठणकू लागला. मस्तकात
सणसणीत कळा जाऊ लागल्या..
तो बसल्या बसल्या थयथयाट करू लागला..
हत्ती रडवेला झाला. तो प्रचंड हत्ती
एका क्षणात हतबल झाला.
कपाळाला सोंड लावून विचार करू लागला.

आता मदतीसाठी सोंड उंचावून जोरजोरात ओरडू लागला.

हत्तीचा आवाज ऐकून चिमणी सुर्रकन तिथे आली.

तिथे हत्ती मान खाली घालून, सोंड गुंडाळून चिं चिं रडत होता. जाडजूड मस्तवाल हत्तीचा अगदी पाचोळा झाला होता.

चिमणीनं हत्तीच्या पायातला काटा पाहिला.
चिमणीला खूप वाईट वाटलं.
चिमणीनं काटा चोचीत धरून टुपकन काढला.

चिमणी हत्तीकडे पाहून प्रेमानं चिवचिवली.
झाडावर जाऊन बसली.

चिमणीच्या या प्रेमानं तो मस्तवाल हत्ती लाजला.
आपलं काय चुकलं हे तो समजला.

हत्ती सावकाश उठला. त्या झाडाजवळ गेला.
डोलणारं झाड त्यानं नीट केलं. आणि..

बाजूच्या झाडावरचा
एक आंबा काढून,

हत्तीनं तो चिमणीच्या
घरट्यात ठेवला!

चिमणीच्या पिलांनी आनंदानं चिवचिवाट केला.

हत्तीनं सोंड उंचावत
चिमणीला प्रेमानं
सलाम केला.

जंगलचा राजा

फार फार वर्षांपूर्वीची गोष्ट आहे ही.

एकदा एका अस्वलाने झाडामागे लपून..

सिंहाला जंगलात फिरताना पाहिलं.

अस्वलाला वाटलं.. आपणही जंगलचा राजा व्हावं.
सिंहासारखं रुबाबात फिरावं.

अस्वलानं ठरवलं.. आता आपण रोज सिंहाचा
पाठलाग करायचा. तो कसा चालतो, कसा बसतो,
हे नीट पाहायचं.

तेव्हापासून रोज अस्वल सिंहाच्या पाळतीवर राहिलं. लांबून झाडांमागून सिंहाच्या बारीकसारीक गोष्टी पाहू लागलं.

सिंहाचं ऐटीत चालणं.. झाडाखाली डौलदार बसणं..
सिंहाची भरदार आयाळ..
त्याचं राजासारखं जंगलात फिरणं..

मग आपणही तसंच करायचं.
जंगलचा राजा व्हायचं..

पण..
थोड्याच दिवसांत अस्वल कंटाळलं.

अस्वलाला वाटलं..
खरं म्हणजे जंगलचा राजा मीच व्हायला पाहिजे.
कारण सिंहापेक्षा मी जाडजूड आहे.

सिंहाला फक्त मानेवरच आयाळ आहे.
माझ्यातर सर्व अंगावर सिंहासारखी आयाळ आहे.
पण आता मला कळलंय.. मी सिंहासारखं
चालताना मागे वळून पाहत नाही, म्हणून मी
जंगलचा राजा होत नाही.

बस्स!! आता ठरलं तर..
आजपासून चालताना मधे-मधे मागे वळून पाहायचं
आणि जंगलचा राजा व्हायचं. त्या दिवसापासून
अस्वल चालताना मागे वळून पाहू लागलं.

आपण चालताना मागे वळून पाहतो.. हे इतर
प्राणी पाहतात की नाही, हे पण पाहू लागलं.

मी किती जाडजूड आहे पाहा. माझी अंगभर आयाळ पाहा. माझं रुबाबदार चालणं पाहा. आता तरी मला राजा म्हणा..

असं भेटेल त्या प्राण्याला सांगू लागलं. पण... तरीही जंगलातले छोट-मोठे प्राणी..अस्वलाला राजा म्हणेनात.

अस्वलाच्या पाठी हेच प्राणी, ख्वॅ ख्वॅ, फॅक्वॅक फॅक्वॅक करून हसायचे. तोंडं वाकडी करून अस्वलाला चिडवायचे.

अस्वल वैतागलं. भलतंच चिडलं. चराचरा केस खाजवत, कराकरा दात चावू लागलं. अस्वलानं ठरवलं, आजच काय तो फैसला करू. जंगलातल्या या चुटूलपुटूक प्राण्यांच्या नादी न लागणं बरं.

आपला रुबाब, आपली चाल त्या सिंहालाच दाखवू. सिंहाशीच सरळ सरळ पंगा घेऊ. अस्वल झटक्यात उठलं आणि तरातरा सिंहासमोरच गेलं.

सिंहाने शेपटी उडवत अंगावरच्या माशा हाकलल्या. मान वाकडी करत डाव्या पायाने आयाळ खाजवली.

अस्वल सिंहासमोरच सिंहासारखं चाललं. म्हणजे..
थोडंसं चालून त्याने पुन्हा पुन्हा मागे वळून पाहिलं.

आता..
'हा कोण नवीन रुबाबदार राजा?'
असं म्हणत सिंह चवताळून उठेल. किंवा..
आपली ऐटबाज चाल पाहून सिंह हे जंगल सोडून
पळूनच जाईल, असं अस्वलाला वाटलं होतं.

पण, सिंहानं अस्वलाकडे पाहिलंही नाही.
त्याला काही किंमतच दिली नाही.

सिंह आपल्याच मस्तीत होता.
आरामात शेपटी उडवत माशा हाकलवत होता.

आता मात्र अस्वल भलतं म्हणजे भलतंच चिडलं.
त्याच्या अंगावरचे केस ताठ झाले.
त्याने उजव्या हाताची नखं झाडावर कराकरा घासली.

अस्वलानं ठरवलं..
आता आपण सिंहापेक्षा वरचढ व्हायचंच.

अस्वलानं वेगळा विचार केला..
‘राजा सिंह सरळ चालताना
मध्ये मध्ये मागे वळून पाहतो.’
ठीक आहे.
पण आपण आता,
मागे मागे बघतच
सरळ चालायचं.

आणि जंगलचा राजा व्हायचं,
म्हणजे व्हायचंच.

अस्वल मागे मागे पाहत, पुढे चालू लागलं.

राजा होईन म्हणता म्हणता...

सरळ खड्ड्यात पडलं.